AF746130

ఏదికన్నా పెద్దది ఏమిటి?

(అనంతం)

3వ తెలుగు ఎడిషన్

డేవిడ్ ఈ. మెక్అడమ్స్

డేవిడ్ ఈ. మెక్అడమ్స్
రాసిన మరిన్ని పుస్తకాలు
చూడాలంటే, ఈ
వెబ్‌సైట్‌ను
సందర్శించండి: **https://lifeisastoryproblem.tripod.com/aauthor/telugu.html.**

పెద్దది అంటే ఎంత పెద్దది?

నువ్వు పెద్దవాడివా లేదా పెద్దదానివా?

ఎలుక పక్కన నువ్వు పెద్దవాడివా?

ఏనుగు పక్కన నువ్వు పెద్దవాడివా?

ఎవరు పెద్దవారు, నువ్వా లేదా నీ
నాన్నగారేనా?

ఎది పెద్దది, నీ అమ్మగారేనా లేదా ఇల్లేనా?

ఎది పెద్దది, ఇల్లా లేదా నగరమా?

ఎది పెద్దది, నగరమా లేదా ప్రపంచమా?

ఎది పెద్దది, ప్రపంచమా లేదా సౌరమండలమా?

ఎది పెద్దది, సౌరమండలమా లేదా గెలాక్సీయా?

ఏది ఏదికన్నా పెద్దది?

అనంతం అంటే ఏదికన్నా పెద్దది.

నువ్వు 5 వరకు లెక్కపెట్టగలవా?

5 కంటే ఒకటి ఎక్కువ లెక్కపెట్టగలవా? 6 అనేది 5 కంటే ఒకటి ఎక్కువ.

6 కంటే ఒకటి ఎక్కువ లెక్కపెట్టగలవా? 6 కంటే ఒకటి ఎక్కువ అంటే 7.

నువ్వు ఏ సంఖ్యకైనా ఎప్పుడూ ఇంకో 1 ఎక్కువ లెక్క పెట్టవచ్చు.

ఆర్కిమిడీస్ అన్నాడు, “ఎప్పుడూ ఇంకో సంఖ్య ఉంటుంది.”

చివరి సంఖ్య ఉండదు, ఎందుకంటే
ఎప్పుడూ ఇంకో సంఖ్య ఉంటుంది.

చివరి సంఖ్య లేనందువల్ల, సంఖ్యలు అనంతమైనవి.

అనంతం అంటే నువ్వు ఊహించగల ఏ సంఖ్యకన్నా ఎక్కువ.

ప్రపంచమంతా కప్పేంత తాబేళ్లు ఉన్నాయని ఊహించగలవా? అనంతం దానికన్నా ఎక్కువ.

వంద బిలియన్ గెలాక్సీల్లో ఎన్ని నక్షత్రాలు ఉంటాయో ఊహించగలవా? అనంతం ఇంకా ఎక్కువ.

అనంతం అంటే నువ్వు ఊహించగల ఏ సంఖ్యకన్నా ఎక్కువ.

చేతితో చేసే కార్యాచరణ:

అనంతం ఎంత పెద్దది?

1. ఒక కాగితం, ఒక పెన్సిల్ తీసుకో. కాగితం మీద సంఖ్యల అంకెలను రాయడం మొదలు పెట్టు.
2. ఒక కాగితం మీద నువ్వు ఎన్ని సంఖ్యా అంకెలను రాయగలవు?
3. ప్రతి అంకె రాస్తే సంఖ్య పెద్దదవుతుంది. నువ్వు ఒక రోజంతా కాగితం మీద అంకెలు రాస్తే, అది అనంతం అవుతుందా?
4. నువ్వు ఎంత అంకెలు రాసినా, అది అనంతం కాదు.

తెలుసుకోవాల్సిన పదాలు:

పెద్దది ఒక ప్రమాణంతో పోలిస్తే పెద్ద పరిమాణంలో ఉండటం

పెద్దది కంటే పెద్దది ఏదో ఒకదానికన్నా మరింత పెద్దది

అనంతమైనది నువ్వు ఎన్నుకున్న ఏ దానికన్నా పెద్దది లేదా ఎక్కువ. ముగింపు లేకుండా ఉండటం.

అనంతం ముగింపు లేకపోవడం అనే భావన

www.ingramcontent.com/pod-product-compliance
Lightning Source LLC
LaVergne TN
LVHW051011051026
849532LV00005B/1905
* 9 7 9 8 9 0 2 8 9 0 8 8 1 *